मौनाची आर्जवे

दिलीपराज प्रकाशनाची सर्व पुस्तके आता आपण Online खरेदी करू शकता. आमच्या website ला कृपया अवश्य भेट द्या.
www.diliprajprakashan.in

मौनाची आर्जवे

(गझलसंग्रह)

सौ. प्राजक्ता पटवर्धन

दिलीपराज प्रकाशन प्रा. लि.
२५१ क, शनिवार पेठ, पुणे - ४११ ०३०

मौनाची आर्जवे - Maunachi Arjave

◆ **प्रकाशक**
राजीव दत्तात्रय बर्वे,
मॅनेजिंग डायरेक्टर,
दिलीपराज प्रकाशन प्रा. लि.,
२५१ क, शनिवार पेठ,
पुणे - ४११ ०३०

© **प्रकाशकाधीन**

◆ **सौ. प्राजक्ता पटवर्धन**

◆ **प्रथमावृत्ती -**

◆ **प्रकाशन क्रमांक -**

◆ **ISBN -** 978-93-8298-848-9

◆ **मुद्रक**
Repro India Ltd, Mumbai.

◆ **टाईपसेटिंग**
सौ. मधुमिता राजीव बर्वे
पितृछाया मुद्रणालय,
९०९, रविवार पेठ,
पुणे - ४११ ०२

◆ **मुद्रितशोधन**
मिलिंद बोरकर, पुणे

◆ **मुखपृष्ठ** - कैवल्य राम मशिदकर

मराठी गझल ज्यांनी अजरामर केली आणि
पुढच्या पिढीच्या गझलकारांसाठी पाऊलवाट घडवून दिली—
त्या कविवर्य सुरेश भटांना; तसेच गायनातून मराठी गझल
साता समुद्रापार ज्यांनी पोहोचवली, ते
गझलनवाझ श्री. भीमराव पांचाळे सरांना
हा माझा पहिला-वहिला गझलसंग्रह सादर अर्पण...

मनोगत

'मौनाची आर्जवे' हा गझलसंग्रह वाचकांच्या हाती देताना मनामध्ये खूप उत्सुकता आहे. अमेरिकेतल्या वास्तव्यात असताना साधारण २००८ मध्ये, गझल या काव्यप्रकाराशी माझी ओळख झाली. तेव्हा गझलेला काही तंत्र असतं वगैरे माहिती नव्हतं. कविता फक्त एका विशिष्ट प्रकारे लिहिली की झाली गझल, असं काहीसं वाटलं होतं. तशा गझलसदृश कविताही लिहिल्या मी. तेव्हा... "ही गझलसदृश कविता... नीट तंत्र सांभाळून लिहिलीस, तर चांगली गझल होऊ शकेल..." असा सल्ला मिळाला जाणकारांकडून.

माझ्या 'फुलांची आर्जवे' या कवितासंग्रहाच्या मनोगतामध्ये मी लिहिले होते की– मनोगत, मिसळपाव, मायबोली, मी मराठी या मराठी साहित्याला वाहिलेल्या वेबसाईट्सवर मी लिहीत गेले आणि आज 'फुलांची आर्जवे' हा कवितासंग्रह, 'गंध हलके हलके' आणि 'ये प्रिये' हे मराठी गीतांचे आल्बम... इतकी पुंजी माझ्या नावावर जमा झाली. तसेच, माझी गझल बहरण्यामध्ये या संकेतस्थळांचा– विशेषतः मायबोलीचा– खूप मोठा वाटा आहे.

फक्त कविता लिहीत होते तोपर्यंत गझलेबद्दल प्रचंड कुतूहल वाटत होतं... आणि तितकीच भीतीही. पण गझलसारख्या काव्यप्रकारात हातखंडा असलेले, उत्तम प्रतिभा लाभलेले पण तरीही प्रसिद्धीपासून खूप लांब राहणारे... अनिरुद्ध अभ्यंकर यांच्यासारखे गुरू मला भेटले आणि माझ्या शब्दांच्या चिंध्यांना एका सुंदर रजईमध्ये विणायला त्यांनी शिकवले. प्रसंगी... कानपिचक्या दिल्या, मी लिहिलेल्या सो कॉल्ड गझलांच्या चिंध्याही केल्या... उलमिसरा, सानी मिसरा.. यांच्यातला संबंध कसा असायला हवा... याचेही धडे त्यांनी दिले मला.

कारणे होती तशी जागायला
चांदण्या मज यायच्या भेटायला

प्रश्न हा साधाच होता, पण तरी
लागली ती कारणे शोधायला

बंद मी केले इथे उमलायचे...
आणि ती आली फुले मागायला!

इतके तरल शब्द... आणि प्रतिभा असलेले माझे गुरू... अनिरुद्ध अभ्यंकर... विडंबनकार म्हणून जास्त प्रसिद्ध आहेत. केशवसुमार हे त्यांनी घेतलेले नाव. त्यांनी गझल लिहायला शिकवली, तंत्र घोकून घेतलं आणि मग मी लिहू लागले... लिहिलेल्या गझला त्यांना दाखवून इस्लाह करून घेऊ लागले. आणि बघता-बघता... बऱ्याच गझला लिहून झाल्या. 'मायबोली' वर... डॉ. कैलास गायकवाड यांनी चालवलेल्या 'तरही गझल' या उपक्रमात मी भाग घेऊ लागले. गझला रचू लागले. त्या गझलांवर येणाऱ्या प्रतिक्रिया, होणाऱ्या सुचवण्या यांतून माझी गझल आणखी बहरत गेली, असं म्हटलं तर वावगं ठरणार नाही.

कैलासदादा, भूषण कटककर, विजय दिनकर पाटील, अजय अनंत जोशी, क्रांती साडेकर, नचिकेत जोशी, श्याम, सुप्रिया जाधव, वैभव कुलकर्णी... यांच्या मार्गदर्शनाने, प्रेरणेने माझा आत्मविश्वास वाढला आणि गझलसंग्रह काढण्याइतक्या गझला लिहिल्या गेल्या माझ्याकडून.

भारतात आल्यावर शाहीर सुरेशकुमार वैराळकर, राम पंडित सर यांच्याशी संपर्क आल्यावर मुशायऱ्यातून गझल सादर करू लागले. भीमराव पांचाळे सरांच्या 'गझलोत्सव'मध्ये गझल सादर करण्याची संधी मिळाली. सगळ्यात महत्त्वाचे म्हणजे... या गझलसंग्रहाला प्रख्यात गीतकार, कवी आणि माझे जवळचे मित्र, मार्गदर्शक श्री. गुरू ठाकूर यांनी प्रस्तावना लिहिण्याचे मान्य केले, ही खूप मोठी गोष्ट आहे. माझ्या शब्दांना मिळालेलं गझलेचं कोंदण आणि त्यातून साकार झालेला हा पहिला-वहिला गझलसंग्रह 'मौनाची आर्जवे' आपण माय-बाप रसिकांनाही नक्की आवडेल, अशी आशा आहे.

-प्राजक्ता (प्राजू)

सात

प्रस्तावना

'गझल' हा तसा मात्रा-वृत्तांच्या चौकटीत बंदिस्त असा काव्यप्रकार! भावनांचे देखावे चितारतानाही कॅनव्हासची मर्यादा, ठरावीक रंगाचे बंधन जपायची शिस्त आणि वळण लेखणीला असणं गरजेचं असतं. मन जरी चंचल असलं, तरी त्या मनाच्या रेषांना प्राजक्ता पटवर्धन यांनी कुशलपणे शब्दाकार देताना स्वप्न अन् वास्तव यांतला समतोल उत्तम सांभाळला आहे. एकीकडे...

अशी तू तशी तू... तुझे हे तुझे ते... किती वेगळे खास पैलू तरी
कळेना मला नेमके मी कशावर नव्याने असे रोज भाळायचे

लपंडाव खेळे नजर बोलताना तसे पाठशीव खेळती शब्दही
मनाच्या शिवारी जरा सांग वेडे किती खेळ नुसतेच खेळायचे...

असं तरल, हळुवार लिहिणारी त्यांची लेखणी त्याच ताकदीने समाजातील विसंगतीच्या विरोधात भाष्य करताना...
जागृती करतात हत्या रोखण्या गर्भातली
पण खरे की श्वान शेपूट वाकडे ते वाकडे

देश प्रगतीच्या पथावर सांगना जावा कसा?
ठेवली तारण मती जर धर्म जातींच्याकडे...

अशी रोखठोक आणि परखडही होते, तेव्हा थक्क व्हायला होतं. कारण एकाच वेळी ही दोन टोकं सहज हातळणं म्हणजे मोरपिसाचा चाबूकही क्षणात होतो, हे दाखवून देणं. ही कसरत शब्दांवर हुकूमत असल्याखेरीज साध्य होत नाही. काही काही वेळा त्याच व्यक्त होण्यातून...

आठ

नुसते हताशतेला गोंजारसी किती
अंगार अंतरीचा पेटव कधी कधी

का बोलणे तुझे हे आज्ञाच भासती
तू ही करून बघना आर्जव कधी कधी

अशी आत्मपरीक्षणाची... किंवा स्वतःकडे त्रयस्थपणे पाहण्याची वृत्तीही दिसते. खरं सांगायचं तर, ही स्वतःला तपासून पाहायची अन् आत्मशोधाची वृत्तीच कलावंताला आणि साहजिकच त्याच्या कलाकृतीला अधिक प्रगल्भ करत असते. गझलेकरता मनातला असा एखादा कोपरा राखून ठेवणाऱ्या गझलप्रेमींना हा संग्रह नक्कीच आनंद देऊन जाईल, हे निश्चित! गझलेच्या प्रांतात मुशाफिरी करायला निघालेल्या प्राजक्ता पटवर्धन यांना आत्मपरीक्षणाची ही मशाल गझलेच्या महाजालातली नवनवी गुपितं खुली करायला, त्यातले कंगोरे-बारकावे उलगडून दाखवायला अन् नवी क्षितिजं गाठायला नक्की मदत करेल. वास्तवाचा चटका कबूल करूनही एक भाबडा, निरागस आशावाद जपताना त्या म्हणतात...

दांभिकतेपुढे ना दिसते कुणास काही
निरपेक्ष साथ देतो का सोयरा कुणाचा

झाले आता मनाचे ओसाड गाव सारे
आहे अजून ओला हा कोपरा कुणाचा

नेहमीच्या रुक्ष आणि नीरस जीवनक्रमात गुरफटलेले असतानाही गझलेकरता मनातला एखादा कोपरा राखून ठेवणाऱ्या गझलप्रेमींना हा संग्रह नक्कीच आनंद देऊन जाईल. भावी काळात अधिकाधिक प्रगल्भ गझला प्राजक्ता पटवर्धन यांच्या लेखणीतून झरत राहोत, याच मनःपूर्वक शुभेच्छा..!!!

- गुरू ठाकूर

ऋणनिर्देश

माझे गुरू अनिरुद्ध अभ्यंकर– ज्यांनी बोट धरून गझलेची वाट दाखवली, कैलासदादा– ज्यांनी मायबोलीवर तरहीसारखे उपक्रम चालवले आणि माझी गझल बहरायला मदत केली, माझ्या मैत्रिणी– सुप्रिया, क्रांती यांनी वेळोवळी केलेल्या सूचना... या सगळ्यांचे आभार कसे मानू..? मला यांच्या ऋणात राहायलाच आवडेल.

माझे मित्र, प्रख्यात गीतकार-कवी गुरू ठाकूर यांनीही या गझलसंग्रहाला प्रस्तावना देण्याचे पट्‌कन मान्य केले. त्यांच्याही ऋणात राहायला आवडेल मला.

दिलीपराज प्रकाशनाने माझ्या शब्दांना पुस्तकाचं रूप दिलं आणि कैवल्य मशिदकर यांनी या गझलसंग्रहाला साजेसे सुरेख मुखपृष्ठ तयार केले, त्यांचेही मनापासून आभार.

माझ्या गझल-लेखनाला नेहमीच प्रोत्साहन देणारे माझे कुटुंबीय, मित्र-मैत्रिणी या सर्वांचीच मी ऋणी आहे.

-प्राजक्ता

अनुक्रमणिका

१.	जणू वेदना जात्यावरती दळते आहे	१५
२.	माणसे की खेकडे !	१६
३.	त्या पल्याड तू उदास, या इथे उदास मी	१८
४.	आहेस तू जगी, हे दाखव कधी कधी	१९
५.	अशी वागते मी, तशी वागते	२०
६.	वेगळे जगायचीच मांडण्यास कल्पना	२१
७.	कशी माणसे तर्कट सारी	२२
८.	कोपरा	२३
९.	वाटा	२४
१०.	आयुष्याशी मी खेळावे..	२५
११.	सडा घातला आठवांनी फुलांचा..	२६
१२.	मनात कायसे बरेच संग्रहित राहिले	२८
१३.	...वाहती हे मेघ अश्रूंच्या पखाली	२९
१४.	तुझ्या सावलीतच निखारे असाव	३०
१५.	...आयुष्य मागते मी	३१
१६.	तुझी वीज घेऊन कडाडून ये ना.	३२
१७.	आभाळ कोसळूनी, झरल्या कितीक धारा	३३
१८.	सांगू काही कसे कुणा मी...	३४
१९.	एक अधुरे स्वप्न या डोळ्यांत तू...	३५
२०.	जराशा वेगळ्या आता दिशा मी चाळते आहे	३६
२१.	मदारी	३७

अकरा

२२.	आता वसंत घाली, माझ्या मना भुरळ	३८
२३.	नको कुणाची आता संगत !	३९
२४.	सोड चिंता, मीच माझे पाहते आता...	४१
२५.	थोडी पिऊन घेतो..	४२
२६.	'मौना'स बोलण्याला शिकवायचे जरासे...	४३
२७.	ओठांत वेदनेचा...	४४
२८.	सांगायचे किती मी...?	४५
२९.	... झोक पुन्हा!	४६
३०.	माझी गझल	४७
३१.	मनाचा मीच का रस्ता कधी रुंदावला होता?	४८
३२.	जायचे आहे तुला, तर एकदा भेटून जा..	४९
३३.	...कयास अजुनी	५१
३४.	काय होता तो नजारा, काय सांगू?	५२
३५.	छेडती मल्हार धारा, सोबतीने गात माझ्या...	५३
३६.	पोकळी उरते, तुझे मी नाव देखिल गाळता...	५४
३७.	झोपेलाही दूर धाडुनी, स्वप्रांना मी करते आर्जव	५६
३८.	तुझी भेट ऐसी मुसळधार व्हावी	५७
३९.	सांगती खुणा, तेव्हा जाहले गदर होते	५८
४०.	मुखवट्यांच्या भोवती घोटाळणे आता नको	५९
४१.	आजही खुणाविते तसेच चांदणे पुन्हा...	६०
४२.	पान पलटूनी पुढे जाऊ, अता चल	६१
४३.	तुझ्या चाहुलींचा कधी भास होतो	६२
४४.	जीवघेणा खेळ आहे रे, तुझी ही प्रेमिका!	६३
४५.	मज जन्म हवा 'जगण्या' दुसरा..	६४
४६.	अता वेदनेलाच जोजावते मी..	६५
४७.	भुलवा..	६६
४८.	दीपस्तंभ होऊनी उभीच वादळात मी..	६७
४९.	देह होता तुझा... चांदणे कालचे!!	६८

५०.	कसा शोधु मी चांदवा कालचा?	६९
५१.	ऐक माझ्या स्पंदनांचा न्यास नुसता..	७०
५२.	दु:ख मी दावीत नाही..	७१
५३.	हृदय वेदनांचा सदा भार वाही..	७२
५४.	सांग तुझिया लोचनातिल चांदण्याची कारणे	७३
५५.	कळली कधी मला ना, ती जात पावसाची..	७४
५६.	खोल खोल आतवर तुझी नजर...	७५
५७.	अबोल प्रीत, उमलतेय पाकळी हळू हळू..	७६
५८.	भोगणे आयुष्य मी टाळू कशाला?	७७
५९.	असे लाघवी तू हसावे कशाला?	७८
६०.	ओठास लावूनी जरा मी वेदनेला बोलले...	७९
६१.	भेटली जी मला..	८०
६२.	जाळीत जाती शब्द ऐसे की हृदयही पेटते..	८१
६३.	आता नशा देतो न तैशी जाम पहिल्यासारखा	८२
६४.	अपुलीच आपल्याला छळतात माणसे ही	८३
६५.	पुन्हा आठवांची कवाडे उघडली!!!	८४
६६.	टाळती मजला अताशा हायऽ माझी माणसे	८५
६७.	माळुनी प्रीत ही गंध श्वासात दे..	८६
६८.	सारे तुझेच होते...	८७
६९.	ठरेन या जगात मी महान एकदा तरी..	८८
७०.	... आता नको मशाली!!	८९
७१.	वादात या कुणीही सहसा पडू नये!!	९०
७२.	कुणी द्या जरासा मनाला उतारा..	९१
७३.	दु:ख आता फार झाले..	९२
७४.	नको मागु तू, आसवांनाच ग्वाही	९३
७५.	थांबणे सोसेल तोवर, लागते चालायला..	९४
७६.	पौर्णिमेचा ताज	९५
७७.	...तरी छंद मी पाळले गंधण्याचे	९६

मौनाची आर्जवे ❀ 13

७८.	पुन्हा अशीच बरसून जा..	९७
८०.	जादूभरी हवा मी...	९९
८१.	अरसे महाल..	१००
८२.	ऐक माझ्या फुला...	१०१
८३.	स्पर्शून तारकांना..	१०२
८४.	माझिया दर्पणा..	१०३
८५.	स्वप्न नयनी पाखराचे..	१०४
८६.	स्वप्रातल्या क्षणांची..	१०५
८७.	रडून हासणे मीही आता म्हणे शिकावे	१०६
८८.	का??	१०७
८९.	चांदरात..	१०८

१. जणू वेदना जात्यावरती दळते आहे

कसे म्हणावे नशीब हे फळफळते आहे
उथळ सुखांच्यासवे जरा खळखळते आहे!

नव्हते ठरले कधी आपुले भेटायाचे
कशास मी त्या पाराशी घुटमळते आहे?

थुंकुन देता आयुष्याला नशिबावरती
हळू हळू ते आता थोडे कळते आहे

मन्मानीला लगाम त्यांच्या घालू जाता
नात्यांमधली गोडी का साकळते आहे?

आज-उद्याला अथवा परवा येशिल तू रे
पावसा बघ वेधशाळा गोंधळते आहे!

आयुष्याची भुकटी भुकटी होऊन गेली
जणू वेदना जात्यावरती दळते आहे

'प्राजू' का ना कधीच धरली खपली त्यावर?
जखम कधीची अजूनही भळभळते आहे!

□□

२. माणसे की खेकडे!

माणसातच आज ना माणूस कोठे सापडे
चालती तिरक्याच चाली... माणसे की खेकडे!

सूड-दंगे, खून-खटले, जाहले हे रोजचे
का बरे लोकांस आहे शांततेचे वावडे?

आंधळी ही न्यायदेवी, दोष ना काही तिचा
दुर्जना हाती खवा अन् सज्जनाला जोखडे

जागृती करतात हत्या रोखण्या गर्भातली
पण खरे की श्वान शेपुट वाकडे ते वाकडे

पेटुनी आता उठावे वाटते कित्येकदा
पण पुन्हा ओढून घेते सभ्यतेची झापडे

पावसा तूही असा का राज्यकर्त्यांसारखा?
आस लावूनी जिवाला ठेवसी तू कोरडे

देश प्रगतीच्या पथावर सांग ना जावा कसा?
ठेवली तारण मती जर धर्म-जातींच्याकडे!

माणसा माणूस हो! हे कळकळीचे सांगणे
... अन्यथा या भूवरी उरतील केवळ माकडे!

◻◻

३. त्या पल्याड तू उदास, या इथे उदास मी

त्या पल्याड तू उदास, या इथे उदास मी
जीवनास मानतेय दैवदुर्विलास मी

आजही तुझी नसेल प्रकृती बरी पुन्हा
वाट पाहता उगाच बांधला कयास मी

बावरून पाहसी कशास तू इथे तिथे
वाटते दिसेन का अशीच आसपास मी?

पत्रं भारली कधी लिहायचे, अता पहा
ह्या इमेल कोरड्याच मानते विकास मी!

नाचती तुझ्या सयी घरात नग्न पाउली
त्या खुणांत शोधते तुझा पुन्हा निवास मी

झाडले मनास मी पुन्हा पुन्हा हजारदा
भेटले मला न मी, किती करू तपास मी?

श्वास संपल्यावरी समोर देव भेटला
आणि पाहुनी तयास काढली भडास मी

जगत जायचे असेच श्वास श्वास जोडुनी
वाटते अखेरचाच घेतलाय ध्यास मी!

❑❑

४. आहेस तू जगी, हे दाखव कधी कधी

आहेस तू जगी, हे दाखव कधी कधी
दगडास अंतरीच्या जागव कधी कधी

होतो जरा सुखाचा वर्षाव अन् पुन्हा
वठल्या मनास होते पालव कधी कधी

नुसत्या हताशतेला गोंजारसी किती?
अंगार अंतरीचा पेटव कधी कधी

का बोलणे तुझे हे 'आज्ञाच' भासती
तूही करून बघ ना, आर्जव कधी कधी

स्वप्नात रंगताना, पडला विसर असा—
बघते सहल म्हणुन मी, वास्तव कधी कधी

मी एरवी तशीही, असतेच शांत पण
नसते विचार करती, तांडव कधी कधी!

आतूर मीच होते तुज पाहण्यास का?
आतूरतोस तूही, भासव कधी कधी!

ध्यानात ठेव 'प्राजू', हरलीस तू जरी
जेत्यापरी स्वत:ला वागव कधी कधी!

❑❑

५. अशी वागते मी, तशी वागते

अशी वागते मी, तशी वागते
जराशी जगावेगळी वागते...

नसे काहि नातेच माझे तुझे
तरी होउनी मी तुझी वागते

कशानेच ओथंबले ना कधी
तशी मी म्हणे कोरडी वागते

जरी चार भिंतींत कंगालता
समाजात मी भरजरी वागते

मनाशीच संवाद चाले कधी
तिथे त्या क्षणी मी खरी वागते

तशी चेहऱ्याने सुखी भासते
कधी वाटले नाटकी वागते?

जगावेगळे 'प्राजु', काही नसे
तसेही खरे का कुणी वागते!!!

६. वेगळे जगायचीच मांडण्यास कल्पना

वेगळे जगायचीच मांडण्यास कल्पना
भासतेय का तुला उगाच शब्दवंचना??

रोज पाहते उजाडताच स्वप्न मी नवे
आणि रात आणतेच सोबतीस सांत्वना

एकटे जिण्याविना उपाय ना मला अता
'एकटी सुखात मी', करू अशीच वल्गना!

जाणतोस 'तू' म्हणे, मनातल्या मनातले
समजतात का खरे विचार आणि भावना?

मरण उंबऱ्यात आणि दार लावलेस का?
थांबवू नको मला उगाच आज जीवना!

गोठवून टाक 'प्राजु', जाणिवा तुझ्या खुळ्या
का उगाच ओढवून घेतल्यास वेदना?

❒❒

७. कशी माणसे तर्कट सारी

कशी माणसे तर्कट सारी
विचार, वाणी मळकट सारी

संस्कृतीच्या नावाखाली
बैल हाकती हेकट सारी

इतिहासाच्या पुण्याईवर
उड्या मारती मर्कट सारी

शिवशाहीच्या नावाखाली
फसाद करण्या दणकट सारी!

दुसऱ्याचा तो कार्टा म्हणती
अपुली पोरे नटखट सारी

किती तऱ्हेने टाळा यांना
मागे येती लोचट सारी!

बोल शहाणे सांगू जाता
म्हणे वाटते कटकट सारी

खात कोंबडी ताव मारून
वातड म्हणती... हलकट सारी!

◻◻

८. कोपरा

काहीच आठवेना... आहे खरा कुणाचा
हसतोय दर्पणी जो... तो चेहरा कुणाचा?

आहे निपुण मीही खेळात या तरीही
देऊन मात गेला तो मोहरा कुणाचा?

पाहूनिया सतीचे अस्तित्व पेटलेले
अश्रूंस जाळणारा हा उंबरा कुणाचा?

दांभिकतेपुढे ना दिसते कुणास काही!
निरपेक्ष साथ देतो का सोयरा कुणाचा?

झाले अता मनाचे ओसाड गाव सारे
आहे अजून ओला, हा कोपरा कुणाचा??

◻◻

१. वाटा

किती झरल्या इथे धारा तरी भेगाळल्या वाटा
कधी डोळ्यांत सांजेला उगाचच दाटल्या वाटा

मनाच्या रिक्त वस्तीतून आले श्वास भटकुनी
मला पुसती 'कशाने या अशा भेगाळल्या वाटा?'

असावे का तिचे घर याच बाजूला असे वाटे
किती व्याकूळ झाल्या पण तरी गंधाळल्या वाटा

जगाचा हा पसारा आवराया चालले तेव्हा
कधी उजळून गेल्या अन् कधी झाकोळल्या वाटा

कधी मी भूतकाळातील स्वप्ने आठवू जाता
पुन्हा तेथेच जायाला किती आतुरल्या वाटा!

झळा सोसून ग्रीष्माच्या, तडे देहावरी जाता
नभाला साकडे घालूनिया ओलावल्या वाटा!

❐❐

१०. आयुष्याशी मी खेळावे...

आयुष्याशी मी खेळावे...
थोडे थोडे सांभाळावे

सौख्यामध्ये न्हातानाही
थोडे दु:खाला चोळावे

गोष्टी लेखाव्या प्रेमाच्या
त्याच्या नावाला गाळावे

नेत्यांची राखाया मर्जी
थोडे गोंडेही घोळावे

भाताचे खायाला उंडे
पिंडापाशी घोटाळावे!!

भांडूनी मी जन्माशी या
अंत:काळी गंधाळावे

माझ्या मर्जीने चालाया
रीतींना मी फेटाळावे...

काठाला हे तारू नेण्या
आवर्ताला कवटाळावे!

□□

११. सडा घातला आठवांनी फुलांचा...

सडा घातला आठवांनी फुलांचा, किती त्यास मी सांग टाळायचे?
तुझ्या अंगणाच्या सवे मी भिजूनी कितीदा असे दर्वळुन जायचे?

तुला मागता चांदणे मी जरासे, तुझे अभ्र अवघे असे दाटले...
अशा दाटलेल्या तुझ्या अंबरी, मग कसे चांदणे सांग शोधायचे?

लपंडाव खेळे नजर बोलताना, तसे पाठशिव खेळती शब्दही—
मनाच्या शिवारी जरा सांग वेडे, किती खेळ नुसतेच खेळायचे?

नकारात होकार असता जरासा, झुलू लागल्या पापण्या या तुझ्या
अशा लाघवी लोचनांवर तुझ्या, मी स्वतःला किती सांग झुलवायचे?

अशी तू तशी तू... तुझे हे तुझे ते... किती वेगळे खास पैलू तरी
कळेना मला नेमके मी कशावर नव्याने असे रोज भाळायचे?

किती मखमली घाव होतात हृदयी, तुला भेटल्यावर मला नेहमी
अशा गोड जखमांवरी सांग राणी, कितीदा मलम मीच लावायचे?

❑❑

१२. मनात कायसे बरेच संग्रहित राहिले

मनातल्या मनात रोज घोळवीत राहिले...
कितीक प्रश्न का असे अनुत्तरीत राहिले?

फुलापरी अवीट काव्य मी लिहून ठेवले
अखेर वाळुनी तसेच का वहीत राहिले?

'मला पहा, फुले वहा!' असेच वागणे तुझे
कथून सत्य मी सदाच अडचणीत राहिले!

दिलीस उत्तरे हसून दूर जायच्या क्षणी
कशास आस मग उभे तुझ्या दिठीत राहिले?

तुझे विचार, बोलणे, तुझी सवय नि आठवे
मनात कायसे बरेच संग्रहित राहिले...!

विखुरलेत बंध अन् नसेच आपलेपणा
उदंड विष फक्त आज भावकीत राहिले

'मनू' म्हणे नकोच स्त्री स्वतंत्र या इथे कधी
पुरुषही सदा असेच आळवीत राहिले.

❑❑

१३. ...वाहती हे मेघ अश्रूंच्या पखाली

गूढ अंधारात कसल्या हालचाली?
पालखी मेल्या मनाची की निघाली!

एकटी पडले जशी दुनियेत मी या
वेदना माझ्या घरी वसतीस आली..

वेगळ्या वाटा कधी मी शोधल्या ना
जी मिळाली तीच काट्यांची निघाली

शोधण्या मी चांदण्यांचा गाव जाता
पोचले का भंगल्या ऐने महाली?

वेदनेची एवढी झाली सवय की,
झेपते आता सुखाची ना हमाली!

घेऊनी वैराग्य माझे सौख्य गेले
दुःख आता नेहमी पुसते खुशाली

गर्द आभाळात घुमसट दाटली अन्
...वाहती हे मेघ अश्रूंच्या पखाली!

◻◻

मौनाची आर्जवे / २९

१४. तुझ्या सावलीतच निखारे असावे!

तुझ्या आठवांचे धुमारे असावे!
दिगंतावरी जे नजारे असावे...

कसा आगळा आज पाऊस वाटे
कुणी थेंबही झेलणारे असावे!

कसा मोगऱ्याचा इथे गंध आला...
तुझ्या गावचे मंद वारे असावे

तुझा देह की पौर्णिमा ती रुपेरी?
तिथे सांडले चंद्र-तारे असावे!

जरा पास येता, असा तप्त झालो...
तुझ्या सावलीतच निखारे असावे!

उरी टीचभरही न जागा रिकामी—
तुझी आठवे अन् पसारे असावे!

◻◻

१५. ...आयुष्य मागते मी !

लाभेल थोडके जे, ते रम्य मागते मी
सुंदर क्षणांत रमले, आयुष्य मागते मी!

वाऱ्यापरी फिरूनी, सुखवावया जगाला
अस्तित्व खास माझे, अदृश्य मागते मी

पाहून दुःख भवती, काळीज पोखरावे
समजावया व्यथांना, कारुण्य मागते मी

ऐकून काव्य माझे, रमतील जीव ऐसे
शब्दांत कल्पनांचे, सौंदर्य मागते मी

पेंगुळल्या दिशांची, ग्लानी निघून जावी...
खुलवावया पुन्हा नव्याने, चैतन्य मागते मी

येईल त्या क्षणाला अपुले म्हणून घ्यावे
त्यातच जगून घ्याया, तारुण्य मागते मी

मृद्गंध दर्वळावा, ओलावल्या भुईचा
मेघाकडे सरींचे, बघ अर्घ्य मागते मी

साऱ्या चराचराला आनंद मी लुटावा
देवा, असे मनाचे ऐश्वर्य मागते मी!

❑❑

१६. तुझी वीज घेऊन कडाडून ये ना...

प्रिये चौकटी-पाश, तोडून ये ना
जरा उंबरा आज, लंघून ये ना...

तुझ्या पल्लवांच्या सुवासात माझे
पहा गुंतले श्वास घेऊन ये ना!

शिरूनी सये अंतरातून माझ्या
मनाच्या शिवारात हिंडून ये ना

तुझे रूप-लावण्य, 'ऐश्वर्य' माझे
जगाला जरा आज सांगून ये ना

इथे माळरानी फुलू दे फुलांना
तुझे धुंद आभाळ शिंपून ये ना!

जणू कोरडे भासते काव्य माझे
तुझे शब्द वेल्हाळ गुंफून ये ना

इथे मेघ होऊनिया थांबलो मी
तुझी वीज घेऊन कडाडून ये ना!

□□

१७. आभाळ कोसळूनी, झरल्या कितीक धारा

आभाळ कोसळूनी, झरल्या कितीक धारा
अश्रूस पापणीचा, ना गावला किनारा

सुकली फुले परंतु, दरवळ कसा न झाला?
संन्यस्त होऊनी का, गेला निघून वारा??

जपतात बाग येथे, शिंपून औषधाला
जपण्या मना तुला मी, कसला करू फवारा?

कैफात वेदनेच्या, झिंगून आज गेले
देवा जरा सुखाचा, देशील का उतारा?

ते कुंडलीत माझ्या, बघतात का दशांना?
त्यांना न ठाव तेथे, नाही सुखास थारा

आला शिशिर हृदयी, मुक्काम घेऊनिया
स्वप्ने गळून जाता, नयनी थिजेल पारा

जन्मावरी कुणाचे का कर्ज राहिलेले?
ना श्वास मोकळा अन् अश्रूंवरी पहारा!

❑❑

१८. सांगू काही कसे कुणा मी...

सांगू काही कसे कुणा मी जाता जाता
लोकांमध्ये ही बदनामी जाता जाता

माझ्या येण्या-जाण्याचे ना कुणास काही
कशास माझ्या ठेवु, खुणा मी जाता जाता

सुनी राहिली मैफिल माझी काय करावे?
सूरच झाले कसे निकामी जाता जाता?

अडसर ठरले तुझ्या जीवनी, नकोच आता!
तुझ्या सुखांना दिली सलामी जाता जाता

पाठीवरचे ओझे संस्कारांचे माझ्या
फेकुन केला आज गुन्हा मी जाता जाता

नको वादळा छेडून 'प्राजू' आणू आता
हृदयामध्ये पुन्हा त्सुनामी जाता जाता...!

❏❏

३४ मौनाची आर्जवे

१९. एक अधुरे स्वप्न या डोळ्यांत तू...

धुंद हळव्या चांदण्यांची रात तू
झिंगणारी वीज आभाळात तू..

मोगरीची पाकळी नाजूकशी
सोनचाफ्याच्या खुळ्या गंधात तू !

झोंबरा थैमान वारा तू कधी...
शीळ घुमणारी कधी रानात तू

पाकळ्यांच्या अंतरीची माधुरी...
आणि ओलेली कळी पानांत तू

आठवूनी चिंब व्हावे मी अशी
श्रावणाची लाघवी बरसात तू!

भैरवीची साद गहिरी पण तरी
सोवळ्या नखरेल सारंगात तू

तू मनाच्या आरही अन् पारही
एक अधुरे स्वप्न या डोळ्यांत तू!

❑❑

२०. जराशा वेगळ्या आता दिशा मी चालते आहे

जराशा वेगळ्या आता दिशा मी चालते आहे
जिथे रमले कधी नाही, तिथे रेंगाळते आहे

कधी नव्हता असा गोंधळ मनाचा पाहिलेला मी
कळेना कोणत्या प्रश्नात ते घोटाळते आहे!

उगाचच पापण्या झुकती कधी ऐन्यात बघताना
तुझी गहिरी नजर मजला जणू न्याहाळते आहे

किती आशा नि आकांक्षा उरी आहेत माझ्याही
क्षितिजापार जाण्या मी दिशा कवटाळते आहे

जरी होते जखडलेली जुन्या रीती-रिवाजांनी
समाजाच्या अपेक्षांना अता फेटाळते आहे!

पहा आले कसे भटकून मन माझे सयींतूनी
नशील्या वारुणी जैसे जणू फेसाळते आहे

जरासा काय शिडकावा असा केलास हृदयी तू
कशी मातीपरी मी अंतरी गंधाळते आहे!

❏❏

३६ ❧ मौनाची आर्जवे

२१. मदारी

जिवाला फुका वेदनांची उधारी!
'कशाला नि का?'' मन फिरूनी विचारी

किती सोसले घाव हृदयावरी मी...
तुझी जीभ होती मुळातच कट्यारी!

नसे धीर द्याया कुणी सोबतीला
बुळे शब्द झाले कधीचे फरारी

मनाला पहा डंख झाले हजारो
तुझी ही नजर हाय इतकी विषारी!

असे छाटले पंख माझे जगाने
पुन्हा घेतली ना कधी मी भरारी!

न येतात मधुमास येथे अता की...
जणू काय त्यांचीच येते शिसारी?

अशी वादळाच्या तडाख्यात फसले,
कधी लागले ना कुणाच्या किनारी

गळा दोर काळा, मणी सोनियाचे
मला नाचवाया उभे हे मदारी...!

□□

२२. आता वसंत घाली, माझ्या मना भुरळ

शिशिरात सोसली मी, बेबंद पानगळ
आता वसंत घाली, माझ्या मना भुरळ

घासून काढलेले, माझ्या मनास मी
आभाळ शिंपुनी तू, त्याला जरा विसळ

नजरेत या जराशी, घालूनिया नजर
डोळ्यांत माझिया तू, स्वप्ने तुझी मिसळ

सोडून सर्व चिंता, कर्तव्यही जरासे
फुटकळ असे तसेही, बोलू अघळपघळ

मी गाज सागराची, गंभीर शांत पण
होऊन लाट तूही, हृदयात या उसळ..

घेऊ नकोस आढे-वेढे उगाच तू
आहे मनात जेही, बोलून जा सरळ

स्पर्शू नको दुरुनी, नजरेतूनी मला
ओल्या मिठीत माझ्या, ये ना जरा वितळ

रचशील प्रेमकाव्य, 'प्राजू' कधी पुन्हा
शब्दांत साठलेले, ऐश्वर्य तू उधळ!

❑❑

२३. नको कुणाची आता संगत !

जीर्ण होऊन धागे, विरले नाते अपुले, गेले खंगत
खरेच आहे! तू हो किंवा नकोस होऊ याला सहमत

आदर करते दुनिया आणिक, मान मिळतो येता जाता
तरी उपेक्षा पदरी माझ्या, घरात नाही माझी किंमत!

कसे लपेटू जगण्याला मी संसाराच्या अवती भवती
फाटुन गेल्या आयुष्याचे, ठिगळच आता गेले उसवत!

कधी झराव्या श्रावणधारा अन् वळवाच्या तुफान गारा!
का जगण्यावर दाटुन बसले, मळभ जराही नाही उघडत?

दरी मिटुनी जाईल आणिक मधुमासांचे लाघव येईल
अशी मनाची समजुत काढुन, उगा जगावे स्वत:स फसवत

निधड्या छातीवरती घेउन, वार जरासे परिस्थितीचे
पेलावे शिवधनुष्यास त्या, तुझ्यात नाही इतकी हिंमत

भांडुन झाले, सांगुन झाले, 'प्राजु' कसली आशा आता?
स्वत: स्वत:चे जगून घे तू, नको कुणाची आता संगत!

⬜⬜

२४. सोड चिंता, मीच माझे पाहते आता...

टाकुनी कुबड्या तुझ्या, मी चालते आता
सोड चिंता, मीच माझे पाहते आता...

चालते मी एकटी, ना तू हवा संगे
बघ तुझीही साथ मजला दाहते आता

पाखडूनी मी मनाला स्वच्छही केले
धाडसाचे ऊन थोडे दावते आता

पाश सारे तोडले रीतीरिवाजाचे
सोड! मनमानी तुझी ना साहते आता

जाळले आहेच जर हृदयास माझ्या मी
आठवे तीलांजलीतुन वाहते आता

बोलकी आहे पुरेशी एक कविताही
बाड शब्दांचे मला ना भावते आता

एकटे जगणे बरे, 'प्राजु' असो ध्यानी
मुफ्त येथे कोण सोबत राहते आता?

□□

२५. थोडी पिऊन घेतो...

झरताच वेदना ही, डोळ्यांत गोठलेली
थोडी पिऊन घेतो, ग्लासात ओतलेली...

मदिरालयात जो तो, हसतो असा तसाही
डोकावते व्यथाही, हसण्यात झाकलेली!

बेहोश होउनी मी, पडलो कधी न कोठे
म्हणतात बेवडा पण, रस्त्यात भेटलेली!

का गंध आठवेना, आता मला तुझाही?
बस्स वारुणीच वसते, श्वासात घेतलेली!

होताच दाट छाया, घेते कुशीत मजला
देते जरा उबारा, नुकत्यात 'घेतलेली'

मदिरालयात कोणी, ना राव-रंक असतो
असते व्यथाच तेथे, हृदयात पेटलेली!

असतो अधुन मधुन मी, शुद्धीतही जरासा
स्मरते पुन्हा कहाणी, अर्ध्यात फाटलेली...

होताच रात गहिरी, जातात सर्व निघुनी
मी वळकटीच माझी, गुत्त्यात थाटलेली!

❑❑

२६. 'मौना'स बोलण्याला शिकवायचे जरासे...

'मौना'स बोलण्याला शिकवायचे जरासे
रुचते न जे मनाला, ठुकरायचे जरासे

आता अलिप्त राहुन, चालायचे न काही
घडता जरा चुकीचे, अडवायचे जरासे!

दाबून सर्व इच्छा, मनही मरून गेले...
त्याचेहि लाड आता, पुरवायचे जरासे

पाहून वाट येथे, काहीच ना मिळाले
मिळवायला जरासे... झगडायचे जरासे

नाहीच आस मजला, लहरी तुझ्या ऋतूंची
आता स्वत: स्वत:चे, बहरायचे जरासे!

झाले म्हणून सुंदर, कित्येक चेहऱ्यांना...
आता स्वत:स लाजुन, निरखायचे जरासे

जन्मावरीच साऱ्या, उठले चरे हजारों
अलवार ते पुसूनी, मिटवायचे जरासे!

केलीस खूप चिंता, 'प्राजू' इथून पुढचे...
आयुष्य राहिलेले, खुलवायचे जरासे!

❏❏

मौनाची आर्जवे ❁ ४३

२७. ओठांत वेदनेचा...

ओठांत वेदनेचा आहे सदैव प्याला,
ठाऊक चव सुखाची, आहे इथे कुणाला!

निघतात पोपडे अन् होतात भग्न भिंती
वासे तुटून जाता, लिंपू किती घराला?

तुकडेच काळजाचे हासून वेचते मी
माझी व्यथा पुराणी, सांगू कुणा कशाला?

येथे रवी बुडो वा, तारू बुडो मनाचे...
काठावरी तरी ना दंगा कधीच झाला!!

सांभाळण्यात नाती, जातो दिवस थकुनी
तरिही सदा उपेक्षा, घेते पुन्हा उशाला!

दाटून मेघ येती, बेबंद ना बरसती...
कोंडून राहण्याची सक्तीच आसवाला!

दुःखासवे सुखाने, मी विश्व मांडलेले...
घालून कोण गेला, त्याच्यावरीच घाला?

हसतात सर्व 'प्राजू', तूही हसून घे ना—
चिंता तुझ्या मनाची, पडली कुठे जगाला!

❒❒

२८. सांगायचे किती मी...?

समजून घे जरासे, सांगायचे किती मी?
अंदाज नित्य नवखे, बांधायचे किती मी?

आव्हान पेलण्याला, धावायला हवे ना?
पण या तुझ्या गतीने, रांगायचे किती मी!

वाळून पार जाते, का बाग लावलेली?
आभाळ अंतरीचे, शिंपायचे किती मी!

अस्तित्व वेगळेसे आहे मलाहि माझे...
नुसते तुझ्याच रंगी, रंगायचे किती मी?

तुकड्यांतलेच जगणे, झाली सवय तरीही
गोळा करून सारे, सांधायचे किती मी?

अर्धे असेच गेले, बस! वाट पाहण्यातच
आयुष्य एकट्याने कंठायचे किती मी!

नाही तमा तुला पण, केवळ तुझ्याच साठी
माझ्याच सोयऱ्यांशी, भांडायचे किती मी?

सारीच कागदाची दिसती फुले सभोती
शोधीत ताटव्याला, हिंडायचे किती मी?

'प्राजू' उगाच वेडी, करतेस धाडसे तू...
पण सांग या जिवाला, टांगायचे किती मी !

मनीची आर्जवे ४५

२९. ... झोक पुन्हा!

नकोच सांगू हसावयाला जोक पुन्हा
हसता हसता रडतिल वेडे लोक पुन्हा

रोजच म्हणसी तरी तुला ना आठवती
संस्कारांचे पाढे आता घोक पुन्हा!

सुकल्या जखमेमधून कसली भळभळ ही?
जुन्याच जागी पडली, वाटे खोक पुन्हा

पुन्हा पाहिले मुडदे जेव्हा रुळावरी
सवयीने मग मीही केला शोक पुन्हा

झोळी फाटुन निसटुन सारे क्षण गेले
ठिगळे लाउन कशास बुजवू भोक पुन्हा?

अचाट ओझे पाठीवर संस्कारांचे...
कितिदा जाते आणिक येते पोक पुन्हा!!

आता सांभाळावे, चढली नशा जरा...
आयुष्याचा बघा जायचा झोक पुन्हा!!

'प्राजू' बुरख्यावाचुन फिरणे नसे इथे...
होइल का जगणे इथले निर्धोक पुन्हा?

□□

३०. जगण्यासाठी विशेष काही कारण लागत नाही

मनास झाले काय अताशा काही समजत नाही
निंदा-वंदा कुणी कितीही त्याची हरकत नाही

जन्म घेतला...जगते आहे...जगतच राहीन नुसते
जगण्यासाठी विशेष काही कारण लागत नाही

अवतीभवती प्रश्न हिंडती अतृप्त नि तळमळते
पिंड उत्तरांचा पण त्यांची मुक्ती घडवत नाही

रितेच राहू द्या ते प्याले, कशास भरता कोणी?
नशाच चढते त्याची नुसती, दुःखही विसरत नाही

किती सजवले अंगणात मी तारे आकाशीचे
चंद्र परंतु माझ्यासोबत आता जागत नाही

पाय निघाला संसारातून इतक्या सहजासहजी!
"मना तुझे हे असे वागणे काही उपजत नाही!!?"

रिक्त ठेवते मनास...! त्याचे नकोच दाटून येणे
दाटून येणे, वाहून जाणे आता सोसत नाही...

गतकाळाचे गढूळ पाणी तसेच 'प्राजू' अजूनी
कितीक मौसम येती जाती कोणी उपसत नाही

३१. मनाचा मीच का रस्ता कधी रुंदावला होता?

कधीचा प्रश्न ज्याने, जीव हा भंडावला होता...
तुझ्या पत्रातला मजकूर का ओलावला होता??

पुन्हा तेव्हा असा पिंगा सयी घालून गेल्या की...
पहा काव्यात माझा शब्दही भांबावला होता!

शहाण्यासारखे वागू कसे मी एकटी सांगा?
इथे जो भेटला, तोही पुरा नादावला होता

'मनाचे ऐकुनीया मी, कशी गोत्यामध्ये येते...'
असे सांगून मेंदू कैकदा रागावला होता!

अजूनी सांगती साऱ्या तुझ्या खाणाखुणा तिथल्या
तुझ्या संगे तिथे एकांतही धुंदावला होता!

मनामधल्या जुन्या वाटा, खुणा साऱ्या कुठे गेल्या?
मनाचा मीच का रस्ता कधी रुंदावला होता?

कधी नव्हताच राजी तो परतण्याला जगी इथल्या
तुझ्या स्मरणात रमण्या, जीवही सोकावला होता!

उगा 'प्राजू' नको लावूस आता बोल अश्रूंना
जिवाचा पाळणा त्यांनीच ना जोजावला होता?

□□

३२. जायचे आहे तुला, तर एकदा भेटून जा..

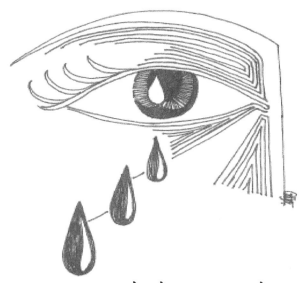

जायचे आहे तुला, तर एकदा भेटून जा...
प्रश्न-गाठी गुंतलेल्या, त्या जरा उकलून जा

भूतकाळाचा मनाला त्रास होतो केवढा...
शक्य झाले तर जरासे त्यास तू बदलून जा!

लागले शून्यात डोळे, पापण्या झरती तरी
शिणुन गेल्या पापण्यांना नीज तू देऊन जा

'बावरी' म्हणतात सारे हासुनी माझ्यावरी
मी हसू वा रागवू, तू एवढे सांगून जा!

वेगळी आहे जरा, माझ्या सुखाची कल्पना..
तू सुखी आहेस तेथे, फक्त हे पटवून जा!

शोधुनी काढेन मी, वाटा तुझ्या त्या गावच्या
उमटल्या पाउलखुणा साऱ्या तशा ठेवून जा

ठेवले मांडून मी सुखदुःख सारे जीवनी
आकडे मोडीस तू येऊन पडताळून जा!

ईश्वरा मीही सुखी होईन केवळ एक कर...
माझिया भाळी सुखाची रेख तू रेखून जा

काय हे भलतेच 'प्राजू' मागसी देवाकडे?
तू सुखाची कल्पना करणे अता विसरून जा!!

◻◻

३३. ...कयास अजुनी

सुकल्या जीवास माझ्या, हिरवाच ध्यास अजुनी
हा कोणत्या दिशेचा आहे प्रवास अजुनी?

आला वसंत दारी, घेऊन रंग हसरे...
पण पाकळ्या न राजी रंगावयास अजुनी!

आलाप घेत आली, सर श्रावणी कितीदा
जमले न चिंब भिजणे माझ्या मनास अजुनी!

सौख्यास गुंफण्याला मी शब्द शोधले पण...
सुख शोधण्यास येथे, घेते प्रयास अजुनी

कित्येक वादळांचे अवशेष खोल रुतले
ना सागरास त्याचा आहे कयास अजुनी

गेलास सोडुनी तू, अर्ध्यात डाव माझा
विक्षिप्त का असेना... होता हवास अजुनी!

होऊन जीर्ण 'प्राजू', नातेच फाटलेले...
घेतेस चिंधड्या का त्याच्या उशास अजुनी??

□□

३४. काय होता तो नजारा, काय सांगू?

काय होता तो नजारा, काय सांगू?
ती उभी की शुक्रतारा, काय सांगू!

जाहले तुकडे हजारो काळजाचे
ती म्हणे 'मेला बिचारा!' काय सांगू!

पाहता तुज, वीज कोसळली अशी की...
बरसल्या घनघोर धारा, काय सांगू!

स्पर्शता तू, माळ रानी मोर माझा...
फुलवुनी बसतो पिसारा, काय सांगू!

वेड मजला लागले ऐसे तुझे की
या जगी उरला न थारा, काय सांगू !

अंतरी भिनलीस तू, डोकावुनी बघ—
बस! तुझा आहे पसारा, काय सांगू!

सांज होता अंगणी, परिमळ कुणाचा...
घेऊनी आलाय वारा, काय सांगू!

□□

३५. छेडती मल्हार धारा, सोबतीने गात माझ्या...

छेडती मल्हार धारा, सोबतीने गात माझ्या
नाचले आभाळ वरती, पाहुनी डोळ्यांत माझ्या

एक वेडा, एक सुंदर, एक हसरा, एक रुसला
केवढे क्षण निरनिराळे गुंफले गोफात माझ्या!

साद घालूनी अशा, बोलावती दाही दिशा की...
ओढ वेडी लागली अन् धावले नादात माझ्या

हात पसरूनी मिठी, मी पावसाला घातली अन्
बिलगुनी मज राहिला तो, सोबतीने न्हात माझ्या

तोकडा वाटे मला कॅन्व्हास हा तुज रेखण्याला
रंगवीते आज तुजला, भव्य आकाशात माझ्या!

जांभळे पक्षी, निळे पाणी, खुळी राने, फुलेही...
सांगती साऱ्या तुझ्या खाणाखुणा गावात माझ्या!

आवडे आता तुला रेंगाळणे शब्दांसभोती
रंगशी इतका कसा तू, बावळ्या रंगात माझ्या!!

नाचते नादावरी सर होउनीया चिंब ओली...
गुंफते माझी मला मी चिंबशा काव्यात माझ्या!

□□

मौनाची आर्जवे ॥ ५३

३६. पोकळी उरते, तुझे मी नाव देखिल गाळता...

'जा कुठेही मी उभा आहेच तुझिया स्वागता...'
दुःख म्हणते रोज मजला, त्यास बाजू सारता!

जिंकते आला दिवस भांडून नियतीशी जरी...
झोपताना ना कधी मिळते मनाला शांतता

हासते मी, बोलते मी, दिवस सारा काढते
संपते अवसान उसने, सांज दारी सांडता!

चांदण्यांनी गगन भरले, का रिते भासे तरी
वाटते कसली कमी, जर चंद्र आहे नांदता??

'दे सहनशक्ती मला', देवास मी म्हटले पुन्हा
मागुनी आलेच नाही, सौख्य मजला मागता

वेढले आयुष्य सारे खूप गोष्टींनी तरी...
पोकळी उरते, तुझे मी नाव देखिल गाळता!

पसरते मी पंख, घेण्याला भरारी या इथे...
दाटूनी नभ सावळे, बघ रोज घाली मोडता!

◻◻

३७. झोपेलाही दूर धाडुनी, स्वप्नांना मी करते आर्जव

वठून गेले जीवन माझे, आता नाही होणे पालव
कशास त्याची वाट पहावी, जे घडणे आहेच असंभव!!

'या ना येथे! घेउन मजला, सैर नभाची घडवुन आणा'
झोपेलाही दूर धाडुनी, स्वप्नांना मी करते आर्जव

भाळावरती लेखून गेली सटवाई जन्माच्या वेळी!!
नसेल तुजला मान्य, तुझे तू, नशीब आता बदलुन दाखव!!

माझ्या सर्वस्वाला अर्पुन, जपले मी रे तुझे 'तुझेपण'
काय तुला पण सलते खुपते, विचार करती मनात तांडव

'तुझ्या उशाला स्वप्ने माझी, तुझ्या अंतरी विचार माझे'
जगण्याला मज पुरे तेवढे! खोटे असुदे... किमान भासव!!

कधी गोड अन् केव्हा कडवट, क्षण आले अन् गेले तरीही
चव ना आली आयुष्याला, किती पाहिले घालून सैंधव!

गालावरती लाली होती, लोचनांतही होती धुंदी...
कडाडकड ढासळली स्वप्ने, समोर जेव्हा आले वास्तव

सदैव केली तुझी उपेक्षा, अबला म्हणुनी तुला हिणविले...
'गूळ कसा?' हे कसे कळावे, समाज अपुला आहे गाढव!

◻◻

३८. तुझी भेट ऐसी मुसळधार व्हावी

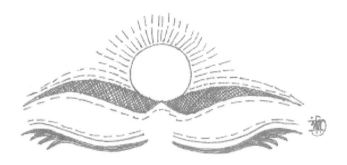

तुझी भेट ऐसी मुसळधार व्हावी
उरातील लाही नभापार जावी...

कशी पावसाळी हवा बोचरी ही...
तुझा स्पर्श होता मऊशार व्हावी!

कडाडून येते जशी वीज खाली...
तशी शिरशिरी माझिया पार जावी

दिशांतून दाही सरींचेच पडघम
अशी चिंबगाणी दिशापार जावी!

पहाटे धुक्याच्या लपेटून शाली
मिठी धुंद आणीक उबदार व्हावी

तुझ्या कोसळाने असे चिंब व्हावे...
युगांची तृषा शांत हळुवार व्हावी

जरी स्वप्न वाटे, तरी सत्य व्हावे...
तुझी भेट ऐसी धुवांधार व्हावी!

३९. सांगती खुणा, तेव्हा जाहले गदर होते

सांगती खुणा, तेव्हा जाहले गदर होते
या इथे कधी काळी देखणे शहर होते

बांधती समाधी ते, वीर आणि जेत्यांची
फूल वाहिल्या नंतर, फक्त ती कबर होते!

चंद्र चांदणे येती, आणि परतुनी जाती
आठवण तुझी येते आणि बस कहर होते!!

कोणती जखम होती, सतत टोचणारीशी?
लिंपण्या तिला तू रे, रिचवले जहर होते

पेटल्या वसंताच्या, भावना इथे तेथे
पोळल्या कळ्या आणिक, करपले बहर होते

मी मनास पाठवतो, आठवांतुनी फिरण्या
एरवी सहल असते, पण कधी सफर होते!!

घाव गंधले माझे, काय अन् कसे सांगू?
वार जे करून गेले, ते तुझे अधर होते!

□□

४०. मुखवटयांच्या भोवती घोटाळणे आता नको

घाव जखमांचे जुन्या, सांभाळणे आता नको...
त्याच त्या घटनांतुनी रेंगाळणे आता नको

व्हायचे होऊन गेले, राहिल्या खाणाखुणा...
परतुनी मागील जखमा चाळणे आता नको!

पेटलेल्या भावनांचाही निखारा शांतला
होमकुंडी या मनाला जाळणे आता नको

झेलले ग्रीष्मास, त्याचा खूप झाला दुखवटा...
गंधवेड्या पावसाला टाळणे आता नको!

तीच यमुना, तोच पावा, त्याच गाई, माधवा!
तेच राधेचे तुझ्यावर भाळणे आता नको...!

पापणीच्या आत काही, ओठ काही सांगती!
मुखवट्यांच्या भोवती घोटाळणे आता नको

सोयरे अन् आप्त माझे, मोजण्या पुरते जरी...
जन्मभर कौतूक त्यांचे पाळणे आता नको

पाहिले मी रंग त्यांचे, बदलणारे रोजचे
बेगडी रंगास भुलणे, भाळणे आता नको!

□□

४१. आजही खुणाविते तसेच चांदणे पुन्हा...

आजही खुणाविते तसेच चांदणे पुन्हा
आठवे तुझी उशास घेत जागणे पुन्हा

स्वप्न मोतियापरी उरी जपुनिया तुझी
पापण्या जणू तयांस होत कोंदणे पुन्हा

ओठ पाकळ्या टिपून पाहसी हसून तू
आठवून एकले स्वतःत लाजणे पुन्हा

खोल अंतरात लाट उसळते, उधाणते
ऐक लक्ष देऊनी तिचेच 'गाज'णे पुन्हा

भास हा मधाळसा जिवास लावतो पिसे
स्पर्श आठवूनिया तनू शहारणे पुन्हा

चांदण्या पहुडल्या नि क्षितिज आज रंगले
'गंध घे जरा तूहि', मोगरा म्हणे पुन्हा

खेळती विसावती कितीक आठवे तुझी
इंद्रियेच मी दिली तयांस आंदणे पुन्हा!

❑❑

मौनाची आर्जवे ❀ ६१

४२. पान पलटूनी पुढे जाऊ, अता चल

पान पलटूनी पुढे जाऊ, अता चल
घुटमळूनी तू नको राहू, अता चल

बालपण निर्व्याज या पानी विसावे...
सारखा वळुनी नको पाहू, अता चल

खूप रेघोट्याच दिसती मारलेल्या...
त्या चुका होत्या! नको मोजू, अता चल

पान भिजलेले, जरासे फाटलेले...
जाउ दे! त्याला नको जोडू, अता चल

डाग पडला नेमका मधल्याच पानी
खरवडूनी त्या नको फाडू, अता चल

ठाव ना निखळून गेली कितिक पाने...
जी जवळ उरलीत, सांभाळू, अता चल

'जायचे आहे पुढे!' आपण ठरवले
मागली पाने नको चाळू, अता चल

❑❑

४३. तुझ्या चाहुलींचा कधी भास होतो

तुझ्या चाहुलींचा कधी भास होतो
उगाचच सुगंधी पुन्हा श्वास होतो!

तुझे ओठ ओलावले आठवोनी
पुन्हा चुंबण्या मोह अधरांस होतो

तुझ्या पैंजणांचा खुळावे इशारा
कसा बुद्धीचाही तिथे ऱ्हास होतो

तुझे गाभुळूनी बहरणे नव्याने...
शिशिरात गंधीत मधुमास होतो!

उसळती कशा या उरातुन लाटा...
तुझ्या पौर्णिमेचाच आभास होतो

हृदय वाहिले मी तुझ्या पावलांशी
तुझा ध्यास घेतो, तुझा दास होतो

तुझी साथ मिळता मला जीवनी या
पहा गर्व माझ्या नशीबास होतो!

❏❏

४४. जीवघेणा खेळ आहे रे, तुझी ही प्रेमिका!

प्राण ओतूनी जरी साकारली मी नायिका
शेवटी संपायला आलीच ही एकांकिका

लावले उधळून मी आयुष्य माझे ज्यावरी...
'चक्रधारी' तो! नि ठरले मीच वेडी राधिका!

जाळसी का तू पतंगा, प्राण हे वेड्या परी
जीवघेणा खेळ आहे रे तुझी ही प्रेमिका!

बोचरे काटे कुटे, काही सुगंधी ताटवे
वाटते रमणीय मजला जीवनाची वाटिका

स्वप्न काही वेगळे मी पाहिले सुरुवातिला
सत्य सामोरीस आले होऊनी शोकांतिका

हासुनी लपवू नको भेगाळलेली ही कथा
सांगती निस्तेज डोळे गाउनी संगीतिका

⬜⬜

४५. मज जन्म हवा 'जगण्या' दुसरा..

रडणे, रुसणे, सगळे विसरा...
क्षण एक पुरे जगण्यास खरा

मन हे उतरे नयनांत पुन्हा
बघण्यास तुझा लटका नखरा

कुढण्यात हयात अशी सरली
मज जन्म हवा 'जगण्या' दुसरा

कविताच तुला बघता उमले
झरतोच मनी मग शब्द-झरा!

जप सोनसळी तव कांति सखे
वळुनी बघती सगळ्या नजरा!!

हसले सगळे मज पाहुनिया
कळले मज मी बनले 'बकरा'

कसली प्रतिभा, कसल्या गझला...
जमला न मला असला मिसरा!

◻◻

४६. अता वेदनेलाच जोजावते मी..

मनाला विसावा इथे शोधते मी
जगावेगळे मागणे मागते मी

हिरे माणकांची मला हौस नाही
फुले रानवेडी, गळा माळते मी

गळा कापला मी नखाने सुखाचा
उरे दु:ख साथीस, हे घोकते मी

नको सावराया कुणी या मनाला
अता वेदनेलाच जोजावते मी

तुझे स्वप्न येईल का झोपताना...
म्हणुन रात्र डोळ्यांत कवटाळते मी

कुठे लोपली ती, जुनी ओढ आता??
स्वत:लाच विचारून भंडावते मी

अती परिचयातून होते अवज्ञा...
तुझ्या पास येणे म्हणुन टाळते मी!

मुखी मोकळे हास्य येईल का रे?
अशी हासुनी रोज कंटाळते मी

□□

६६ ♣ मौनाची आर्जवे

४७. भुलवा..

आभास हा तुझा की भुलवा जराजरासा
भांबावल्या मनाला, चकवा जराजरासा

तो ऊन-सावलीचा, अन् खेळ पावसाचा
होता ऋतू तुझाही, फसवा जराजरासा

ऐकून का विराणी, डोळ्यांत नीर दाटे?
झाला स्वभाव बहुधा, हळवा जराजरासा

ती सांज आसवांनी, भिजवून टाकली मी
अन् चंद्रही उगवला, रडवा जराजरासा

पत्रात तू लिहूनी, मजकूर धाडला जो...
तो लाघवी जरा तर, रुसवा जराजरासा

तव वाट पाहताना, आसू कधी न आले
नयनांत दाटला पण, थकवा जराजरासा

टोचून बोलणे ना, ना भांडसी कधीही
पण सूर हा तुझा रे, कडवा जराजरासा

□□

मौनाची आर्जवे ॥ ६७

४८. दीपस्तंभ होऊनी उभीच वादळात मी..

सोडुनी जगास जाहले तुझी क्षणात मी
सावली तुला दिली नि राहिले उन्हात मी

पाहिजे तसे तुला जगावयास देउनी
नेहमीच राहिले तुझ्याच बंधनात मी

झेलले तुझ्यासवेत चढ-उतार पण तरी
पायरी बनून राहिलेय जीवनात मी

तेवता प्रकाश तू नि हे जगास माहिती
जीव जाळुनी तळात पोळतेय, वात मी

वेचले पुन्हा पुन्हा जुनेच क्षण जगावया
शोधते जुनाच गंध वाळल्या फुलात मी

दावण्या दिशा तुझ्या शिडास जीवनात या
दीपस्तंभ होउनी उभीच वादळात मी

शिंपले सडे किती, तुझीच बाग फुलविण्या
समजले मला न वाळलेय त्या भरात मी!

❑❑

४९. देह होता तुझा... चांदणे कालचे!!

आठवे का पुन्हा बोलणे कालचे?
बोलता मी जरा लाजणे कालचे!!

चालताना हळू बोट लावूनिया
हात माझा जरा स्पर्शणे कालचे

बघ शहारा असा रोमरोमांतुनी
आठवे मज तुझे वागणे कालचे

भेग ही खोलवर काळजाला पडे
जीवघेणे तुझे हासणे कालचे

'काय समजू?' जरा सांग मज ना कळे
हासुनी उत्तरा टाळणे कालचे!!

मेघ, वारा, धरा, थांबले ऐकुनी
या जगा वेगळे मागणे कालचे

रातराणी कशी बहकलेली जरा
देह होता तुझा... चांदणे कालचे!!

मोर ही थांबला पाहण्याला तुझे...
पावसाच्या सवे नाचणे कालचे...!

५०. कसा शोधु मी चांदवा कालचा?

कुठे सापडेना दुवा कालचा
कसा शोधु मी चांदवा कालचा?

खुणावीत होता दुरूनी मला...
पुन्हा पाखरांचा थवा कालचा

अजूनी जिवाला पिसे लावतो
तुझ्या ओठिचा गोडवा कालचा

फिरूनी पुन्हा शिरशिरी आणतो
नि छळतो कसा गारवा कालचा

किती काळजाला जखम जाहली...
तरी घाव वाटे हवा कालचा

सयी छेडती तार का अंतरी?
सुरांनो म्हणा मारवा कालचा

कुठे काफिया अन् कुठे ती गझल!
जरा शेर तो ऐकवा कालचा

❐❐

५१. ऐक माझ्या स्पंदनांचा न्यास नुसता..

चांदणे आहे खरे की भास नुसता...
आणि छळतो का असा मधुमास नुसता?

वैद्यकी तू थांबवूनी ये जरा अन्
ऐक माझ्या स्पंदनांचा न्यास नुसता

कोण राधा, कोण मीरा, का अशा त्या?
श्रीहरीचा काय त्यांना ध्यास नुसता!!

आजही तो वेड लावी रोज मजला...
त्या तुझ्या गं मोगऱ्याचा वास नुसता

गाल एकांतातही झाले गुलाबी...
भोवती आहे तुझा आभास नुसता

पितृ-वचनी राम पुरुषोत्तम ठरावा...
जानकीला जन्मभर वनवास नुसता

वादळे उठती, कधी दाटून येते...
या मनाचा बांधते अदमास नुसता

❏❏

५२. दुःख मी दावीत नाही..

दुःख मी दावीत नाही...
ही जगाची रीत नाही...!!

लग्न अन् संसार केला...
फक्त केली प्रीत नाही

ताल आहे, सूर आहे...
का इथे संगीत नाही??

जन्म घेऊन काय केले?
हे कुणा माहीत नाही...

बांधले अंदाज नुसते
ते मुळी भाकीत नाही!

स्वप्न आले लोचनी पण
स्पष्ट अन् रंगीत नाही...

शब्द ओठी विखुरलेले
बांधलेले गीत नाही!

पाहुनी ते चंद्रतारे
जाहले मोहीत नाही...

सांगते 'प्राजू' मनीचे
ती कुणाला भीत नाही!

५३. हृदय वेदनांचा सदा भार वाही..

हृदय वेदनांचा सदा भार वाही...
तरी आत सलते, तसे फार नाही

जरासे हवे लाज झाकावयाला...
नको भरजरी वस्त्र, जरतार काही

भल्या मोठमोठ्या किती लांब गप्पा
तुझ्या बोलण्याला मुळी धार नाही

नको जाच मजला, सुरांचा, लयींचा
तसे गायला मी, कलाकार नाही!!

जरी पाहसी रोज चोरून मजला
तरी स्पष्ट दिधला तू होकार नाही!

कधी ढग कधी खग, कधी हा कधी तो
मनाच्याच रेषा... न आकार काही!

किती वेगळे जन्म 'तू' घेतलेले...
कलियुगात का घेत अवतार नाही??

◻◻

मौनाची आर्जवे ❀ ७३

५४. सांग तुझिया लोचनातिल चांदण्याची कारणे

विटुन गेल्या जीवनाच्या रंगण्याची कारणे
काय होती वेदना आनंदण्याची कारणे?

मी तुला अन् तू मला! हे ठाव आहे पण तरी
गावती इतुकी कशी रे भांडण्याची कारणे?

वागणे भलते तुझे, साऱ्या जगाच्या वेगळे
शोधिसी का जीव माझा टांगण्याची कारणे!!

एकमेका सोबतीने चालताना वाट ही
खास होती ती, मनेही गुंतण्याची कारणे

मांडलेला डाव अर्धा, मोडुनी गेलास तू...
शोधली ना मी पुन्हा त्या मांडण्याची कारणे

बोलले नाही कुणीही, ना कुणी जोजावले
काय होती आसवांच्या सांडण्याची कारणे?

उजळले आकाश 'प्राजु', चांद नसताना तिथे
सांग तुझिया लोचनातिल चांदण्याची कारणे

❑❑

५५. कळली कधी मला ना, ती जात पावसाची..

भलती खट्याळ होती, ती रात पावसाची
कळली कधी मला ना, ती जात पावसाची

पाहून एकटी मी, तो सरसरून आला...
कसली अशी निराळी, रितभात पावसाची??

विद्युल्लता जराशी लाजून काय आली...
झाली पुन्हा फिरूनी, सुरुवात पावसाची

त्या पावसात भिजला चातक मलाच म्हणतो...
'बसुनी पुन्हा करूया, चल बात पावसाची'

घेता मिठीत त्याने, सर कोसळून गेली
अन् ओल ही नव्याने, श्वासात पावसाची!

मज भोवती सयींचे, दाटून मेघ आले
आधीच हा दुरावा, भर त्यात पावसाची!

आला मध्येच दडला, रंगांमधून हसला
मेघातली गुपिते, मज ज्ञात पावसाची

धुंदी अशी नभाची, धारांत सांडलेली...
घेऊ नशा भरूनी, ग्लासात पावसाची!

□□

मौनाची आर्जवे ८ ७५

५६. खोल खोल आतवर तुझी नजर...

जीवनात फुलविते नवा बहर
खोल खोल आतवर तुझी नजर

मी नशेत राहतो असा सदा...
नयन की तुझे प्रिये असे जहर!

'बिलगशी कितीक रे तिला असा!!
पावसा!! पुरे अता तुझा कहर!!'

का मिठीत येत लाजतेस तू?
का हळूच कंप पावती अधर?

लाजताच तू अशी पुन्हा पुन्हा
अंतरात खोल का उठे लहर?

मी कितीक दूर चाललो जरी
भेटते तुझेच नाव अन् शहर...

साथ दे मला तुझी अशी सखे
मिसळुदे मला तुझ्या स्वरांत स्वर!

❏❏

५७. अबोल प्रीत, उमलतेय पाकळी हळू हळू..

अबोल प्रीत, उमलतेय पाकळी हळू हळू
कि नेत्र सांगती कथाच आपुली हळू हळू?

हृदय भरून वाहती, तुझेच स्पंद अंतरी
भरेल का मनातली हि पोकळी हळू हळू?

सुरेल मारवा तुझाच भारला इथे तिथे
तुझाच पूरिया घुमेल राऊळी हळू हळू

तनूवरी शहरला जसा तुझाच स्पर्श रे
उधाणले उरात श्वास वादळी हळू हळू

तुझाच गंध घेउनी, खुलेल कंप लाजरा
भिजेल देह कस्तुरीत... मखमली हळू हळू

कधी सरीत अन् कधी तुझ्या उन्हांत नाहते
पहा तुझीच घेरतेय सावली हळू हळू..!!

□□

मौनाची आर्जवे ॥ ७७

५८. भोगणे आयुष्य मी टाळू कशाला?

भोगणे आयुष्य मी टाळू कशाला?
भीड या दुनियेत सांभाळू कशाला?

मीच ठरवावी दिशा माझ्या शिडाची...
जाच वाऱ्याचा उगा पाळू कशाला?

काय झाली एवढीशी चूक माझी...
त्यात हे आयुष्य मी जाळू कशाला?

जाण आहे 'रूप माझे देखणे की'
आरशा रे! मी तुला भाळू कशाला?

गावले मज शिंपले मोत्यासवे तर
व्यर्थ मी रेती आता चाळू कशाला?

ग्रीष्म आला! येउ दे ना, काय त्याचे!
त्यामुळे मीही उगा वाळू कशाला?

बोलते 'प्राजू' करू संघर्ष आता...
आत्मविश्वासास मी ढाळू कशाला??

□□

५९. असे लाघवी, तू हसावे कशाला?

असे लाघवी, तू हसावे कशाला...
नि हृदयात काही हलावे कशाला?

मला ठाव असती बहाणे तुझे ते...
खरे सांग, लटके रुसावे कशाला?

तुझ्या पापण्यांनीच होकार देता...
आता सांग, दुसरे पुरावे कशाला?

तुझे भास मधुमास घेऊन येती...
जुईली परी तू फुलावे कशाला?

तुला बिलगण्याची मुभा पावसाला?
तयाच्या सवे तू भिजावे कशाला?

तुला ठाव आहे, मला ठाव आहे...
उगा औपचारीक व्हावे कशाला?

असे साथ ही जन्मजन्मांतरीची...
आता हे फुकाचे दुरावे कशाला?

❏❏

६०. ओठास लावूनी जरा मी वेदनेला बोलले...

बोलावितो आता पुन्हा का पाखरांचा हा थवा?
का जोडते संबंध त्या वेड्या नभाशी मी नवा?

ओठास लावूनी जरा मी वेदनेला बोलले...
'चाखून पाहू दे सुखाचा, मज जरासा गोडवा!'

आकाश दिसते लांब इतुके, पंख माझे तोकडे...
'गरुडापरी घेईन पण मी झेप!' म्हणतो पारवा

शब्दातुनी मी काळजाचे वेचले तुकडे असे...
माझी व्यथा त्या मैफिलित मिळवून गेली वाहवा!

वाटेवरी स्मरते पुन्हा त्याचीच कविता पण तरी...
त्याच्या विना गाऊ कशी, कोठून आणू स्वर नवा??

आहे निघाली भावनांची प्रेतयात्रा या इथे...
मुर्दाड व्हा आता मनाने... ढोलताशे वाजवा!!

'प्राजू' तुला कळलाच कोठे, ढंग दुनियेचा खरा!
दुनियेत... वेडे... भोवती साधेपणाची वानवा!!

❏❏

६१. भेटली जी मला..

भेटली जी मला सहन केली...
माणसे व्यर्थ मी जतन केली!

गाडलेली कधी जुनी दु:खे...
का उगा मीहि उत्खनन केली?

काळजाला जसा तडा गेला...
वेदना मीच आचमन केली!

अर्थ ना लागला कशाचाही
मी कितीदा कथा कथन केली!!

जाहली का भकास ही वास्तू...
का तिला मी कधी दहन केली??

ठेवलेली जपून हृदयाशी...
तीच आशा कुणी हनन केली?

'प्राजु' आता अशी नको थांबू
गझल चर्चा तुही गहन केली!

□□

६२. जाळीत जाती शब्द ऐसे की हृदयही पेटते..

हास्यातले सुकती झरे, ओठीच गंगा आटते
जाळीत जाती शब्द ऐसे की हृदयही पेटते...

नातेच माझे तोकडे, जे विरते इथे तेथे अता
ओढून मी घेऊ किती, ते ओढले की फाटते!

का दोष हा त्या संचिताचा, खेळ माझा मोडला?
की दैव ही आयुष्य माझे, फक्त आता रेटते?

काही असे येते भरूनी, जीव होतो घाबरा...
अन् वेदना केव्हा कधीची काजळावर दाटते!

झाल्या चुकांचा मांडती बाजार माझे सोयरे...
जाईन तेथे मीच गतकालास माझ्या भेटते!

□□

६३. आता नशा देतो न तैशी जाम पहिल्यासारखा

आता नशा देतो न तैशी जाम पाहिल्यासारखा...
कोठे मनाला वाटतो आराम पहिल्यासारखा??

'दुखणेच हे आयुष्य माझे' ठाव आहे ते मला
करतो न मीही रोजला व्यायाम पहिल्यासारखा!

फुलती न त्या रुसल्या कळ्या, झालेय काही ठाव ना
धसमुसळा वारा न तो बेफाम पहिल्यासारखा!!!

गेली तशी आली न परतुनी पाखरे खोप्यातली
ना ठेवतो ऋतुराजही मुक्काम पहिल्यासारखा!

मी विस्मरण म्हणतो तसे, पण जाणतो सारेच की...
मेंदूच ना देई अताशा काम पहिल्यासारखा!

वाटे न मजला भरभरुनी मी जगावे या जगी
दुनियेत या नाहीच आता राम पाहिल्यासारखा

जाताच तू नुरले मला कारण पुन्हा झुंजायला
नाहीच मी मग राहिलो गं ठाम पहिल्यासारखा!

'प्राजू' पुन्हा फुलशील का, आता तशी तू सांगना
नुरला तुझा तो हासरा गुलफाम पहिल्यासारखा!

❑❑

६४. अपुलीच आपल्याला छळतात माणसे ही

वेठीस नेहमी का धरतात माणसे ही??
अपुलीच आपल्याला छळतात माणसे ही!

शेंदूर फासलेल्या दगडास ताट भरले...
गरिबास घास देता, अडतात माणसे ही

भेटून नास्तिकाला, तक्रार सांगतो 'तो'
"हा जीव ही नकोसा.. करतात माणसे ही!"

तडकून काच जाते नात्यांमधील जेव्हा...
तुकड्यांत बिंब बघण्या, उरतात माणसे ही!

करशील तू अपेक्षा त्यांच्याच पूर्ण जोवर...
पूजा तुझीच येथे, करतात माणसे ही!

माझ्याच कातडीच्या घालूनिया वहाणा...
'पायांस बोचती!' मज म्हणतात माणसे ही..

पाहू नकोस 'प्राजू', मागे अता जराही...
मार्गावरी यशाच्या नडतात माणसे ही!!

□□

६५. पुन्हा आठवांची कवाडे उघडली!!!

जशी आठवांची कवाडे उघडली...
तशी शांतता मूक शब्दांत रडली..

कधी गूढ ना त्या किनाऱ्या समजले
कुणाची गझल त्या खोल दडली

मनी सावळे काय दाटून आले..
तशी स्पंदनांची उगा लय बिघडली!!

कधी काय झाले, कुणाला न समजे
अशी जीवनाची कशी वाट घडली!!

जरासेच हलता कधी आत काही...
तरंगून जाते उरी आस दडली..

जसे पाहिले आत डोकावुनीया...
व्यथेशीच माझ्या तिथे गाठ पडली!

बुडाला जसा श्वास, काळोख होता...
पुन्हा आठवांची कवाडे उघडली!!!

□□

६६. टाळती मजला अताशा हायऽ माझी माणसे

टाळती मजला अताशा हायऽ माझी माणसे
हासती का पाहुनी मज रोजला हे आरसे??

मैफिलींना मी सजवले प्राण माझे ओतुनी...
पण तरीही का कुणीही ना फिरकले फारसे??

सांगुनी माझी व्यथा मी काय येथे मिळवले?
फक्त त्यांनी हुंदक्यांचे माझिया केले हसे!

सांज होता दूर जाती सावल्या पायांतल्या
टाळण्या मज तेवणारा दीपही का विझतसे??

भीड आता बाळगावी तू कशाला वेदने??
मी 'सखी' हे नाव तुजला देत केले बारसे!!

पेटवूनीया चितेला सर्व आता पांगले...
सोबतीला राख आणि राहिले बस् कोळसे!!

एकले आयुष्य गेले, ना कुणी आले कधी...
मन रमवण्या शेवटाला, मरण आले छानसे!!

□□

६७. माळुनी प्रीत ही गंध श्वासात दे..

माळुनी प्रीत ही गंध श्वासात दे
चांदण्याचा तुझा हात हातात दे

वैजयंती परी अंगणी तू उभी...
सादगीची तुझ्या आज सौगात दे

सांज आतूरली भेटण्याला तुला...
रक्तिमा ओठिचा सांज रंगात दे

साठुदे प्रीत ही अंतरी आपुली
'ठेव' ही आगळी मर्मबंधात दे

जन्म घेऊनिया वाहिला मी तुला
जाणिवा नेणिवा या प्रपंचात दे

मागतो जीवनी श्रावणाच्या सरी...
ऊन-पाऊस तू आसमंतात दे

❏❏

६८. सारे तुझेच होते...

सारे तुझेच होते... शब्दांत बांधलेले
भासे उगा कुणाला, मी दुःख कोंडलेले!!

गावे हजार तुजला, शोधीत हिंडलो मी
लोकांस वाटले की, मज वेड लागलेले!

सोडून सावलीही मजला निघून गेली
आधी तिच्याचसाठी मी ऊन्ह सोसलेले..!

देहास मोल नाही, जाळून राख होते...
शिवण्यास पिंड येथे, हे काक पोसलेले!

मी कोरडाच वाटे, साऱ्या जगास आता
अश्रू कधीच माझे, डोळ्यांत गोठलेले

म्हणतात शांत काही, काही अबोल म्हणती
त्यांना न जाणवे की, मी भाष्य टाळलेले!

अंधार त्या स्मशानी, होता भिऊन गेला
माझे शरीर त्याच्या, सोबतिस जाळलेले!

❑❑

६९. ठरेन या जगात मी महान एकदा तरी..

मुठीत घेउ दे मला तुफान एकदा तरी
ठरेन या जगात मी महान एकदा तरी

नकोस मैफिलीमधून बोलवू मला अता
भरून तृप्त होउ देत कान एकदा तरी

प्रवाह सोडुनी, 'अशी-तशीच' वागले जरा
अतातरी म्हणाल, धैर्यवान एकदा तरी?

उगाच प्रश्न या मना, सतावितो पुन्हा पुन्हा
मिळेल वागणूक का, समान एकदा तरी???

धरेस घाल साकडे, 'फुलून डोलु दे पिके'
सुखेच क्लांत होउ दे, किसान एकदा तरी

कितिक सुंदऱ्या अशाच मिरविती इथे तिथे
दिसेन का तशीच मीहि छान एकदा तरी??

हजारदा रचून 'काव्य', पत्र धाडले तुला
लिहून 'शब्द' धाड तू, किमान एकदा तरी!!

'हवेच' जे कमावले, अता न आस कोणती
मिळेल का तुझ्या मनात, स्थान एकदा तरी?

❏❏

मौनाची आर्जवे ❧ ८९

७०. ... आता नको मशाली!!

माझेच बिंब जेव्हा, मज मागते खुशाली
तडकून आरसाही, होतो उगा सवाली

पदरात पाखरे, 'ती' मागीत भीक होती...
पदरास ढाळले अन् गरिबीच दूर झाली!!

जनजागृती अताशा, वृत्तात होत नाही...
अपघात, खून अन् घोटाळेच होत वाली..

तलवार पेटुनी ही, उठते नको तिथे का?
दावीत धार अपुली 'विद्यालयास' जाळी??

देशास दंशण्याला, बसलाय सर्प काळा...
फुत्कारूनी विषाच्या, तो वाहतो पखाली!!

अन्याय सोसण्याची, जडली सवय अताशा
वाटे न गैर काही, आता नको मशाली!!

७१. वादात या कुणीही सहसा पडू नये!!

आयुष्य फक्त माझे, तू लुडबुडू नये..
वादात या कुणीही सहसा पडू नये!!

दीपा परी जळावे, आयुष्य आपुले
पण कापरा परी ते, नुसते उडू नये

दाखव करून काही, हाती तुझ्याच जे
नुसते उथळपणाने, तू बडबडू नये

नुकती वयात आली, नाजूक ती कळी
'देवा तिला कुणीही, तोडू-खुडू नये!!!'

काट्यापरी रुतावे, ऐसेच भाव तर...
डोळ्यांत त्या जराही आपण बुडू नये...

थोडी फुलून ये ना, राणी अता जरा...
मौनात या तुझ्या गं, प्रीती दडू नये!

मजला खुणावती त्या, क्षितिजा वरी दिशा
कोणीच पंख माझे, आता खुडू नये...!

❏❏

७२. कुणी द्या जरासा मनाला उतारा..

मना लाभला ना कुठेही निवारा
विचारात घुमतोय बेभान वारा

भली काव्य वचने लिहाया जराशी
जरा कागदाचा मिळू दे सहारा..

नको नाव आणी नको गाव आता
उभारू नको तू पुन्हा हा पसारा

जरा लेखणीला विसावाच द्यावा
नको शब्द आणी नको तो शहारा

जराशी फिरूदे दिशा वादळाची
जरा होडिला लाभुदे रे किनारा!!

न भिजती अताशा कडा पापण्यांच्या
जणू गोठला भावनांचाच पारा

न कल्लोळ थांबे, न विश्रांत होई
कुणी द्या जरासा मनाला उतारा..

❑❑

७३. दुःख आता फार झाले..

हासणे दुश्वार झाले...
दुःख आता फार झाले!

पाहुनी त्यांची मुजोरी
शब्दही तलवार झाले...

तोकडे नातेच उरले
फक्त शिष्टाचार झाले!

फाटके प्रारब्ध होते
दैवही लाचार झाले!

लंघुनी बंदिस्त भिंती
पार गुन्हेगार झाले...

शब्द होते लाघवी पण
का अता बेकार झाले??

जख्म का ही भळभळेना?
वार ही अलवार झाले!!

□□

७४. नको मागु तू, आसवांनाच ग्वाही

नको मागु तू, आसवांनाच ग्वाही
दिले अंतरीचे, तुला सर्व काही

उगा पाहसी तू, फिरूनी कितीदा?
तिचे भास नुसते, नसे और काही

मला आस होती तुझ्या अमृताची
पिऊ दे अता हे, कडू घोट काही

बघू दे मला सोहळे हे सरींचे
न जाणो पुन्हा मेघ भरणार नाही!!

उभा जन्म गेला, तुझी वाट बघण्या
न आलीस तू, मी न आलो तसाही!!

जरी ऐकू येतो इशारा क्षणांचा
वळूनी पहाणे अता शक्य नाही

असे श्वास जाती पुन्हा अंतराळी
जसा देह माझा कि जगणार नाही..!

□□

७५. थांबणे सोसेल तोवर, लागते चालायला..

वणवणूनी गीत माझे, लागले सांगायला
थांबणे सोसेल तोवर, लागते चालायला

दाटले डोळ्यांत आसू, की निखारा तप्तसा
सांडताना लागले ते, पापण्या जाळायला

प्रीत होती, ध्यास होता, अन् तुझा आभासही
तप्त काया लागली, तव स्पर्श रे मागायला..

आठवूनी चित्र सारे, जीवना द्यावी मिती
लागते ऐसी शिदोरी खूप सांभाळायला

मी म्हणोनी सांगणारा सूर्य होता तापला
दाह त्याचा आज त्याला लागला पोळायला!

प्रीतिच्या रंगात या मी हाय ऐसी रंगले...
लागल्या त्या पाकळ्या मज रंग ते मागायला

सूर छेडी गूढ वारा, सांज होता अंगणी
दुःख माझे लागले ओठांवरी रंगायला

□□

७६. पौर्णिमेचा ताज

सांजवेळी रंगलेला, चांदवर्खी साज होता
अन् नभाच्या मस्तकावर, पौर्णिमेचा ताज होता..

दाट होत्या सावल्या अन्, देह होता तापलेला
लोचनांचा नूरसुद्धा, रंगलेला आज होता..

शेज होती मोगऱ्याची, पापण्यांना लाज आली
हाय! लाजाळूपरी गं लाजण्याचा बाज होता..

स्पर्श होते रेशमाचे, साक्ष होती तारकांची
आज त्यांच्या मीलनाचा आगळा अंदाज होता

शल्य वाटे त्या नभाला, चांदव्याच्या हरतऱ्हांचे
चंद्र माझा, कुशित माझ्या, आणि मजला नाज होता..

❏❏

७७. ...तरी छंद मी पाळले गंधण्याचे

किती भास होती तुझ्या चांदण्यांचे,
किती यत्न करते तुला सांगण्याचे..

विसावे जरासेच वळणावरी या
पुढे मार्ग ते आपुले पांगण्याचे

दिशांनी, ऋतूंनी मला शब्द दिधले
उगा आसवे ना कधी सांडण्याचे

कधी बोलले ना खुलूनी तुला मी
मला वेड होते तुला जिंकण्याचे

न प्राजक्त बहरून आला तुझा हा
...तरी छंद मी पाळले गंधण्याचे!

❑❑

७९. गाऊ कसे तराणे??..

केला निषेध जेव्हा या ऊन पावसाने
हातावरील मेंदी, का घालते उखाणे?

खिडकीत पावसाचा, का छंद भंगलेला?
स्वरसाज बासरीचा, छेडी उदास गाणे

काळोख दाटलेला, पंखांत जीव थोडा
क्षितिजास घोर आता, घरटे उभे मुक्याने

नि:श्वास टाकुनीया, ही सांज येत दारी
माझीच खूण मजला, ती सांगते नव्याने

शून्यात पाहताना, दिसते उगाच काही
डोळ्यांत ओल आता, आली पुन्हा कशाने??

जन्मावरी कुणाचे हे कर्ज राहिलेले?
हा प्राण विद्ध होता, गाऊ कसे तराणे??

□□

८०. जादूभरी हवा मी...

आकाश सांधणारा, क्षितिजावरी दुवा मी
बेबंद बरसणारा मनमेघ तो नवा मी

उन्मुक्त लहरणारा मधुगंध वेचणारा...
नाजूक अन् सुगंधी मनमोहि ताटवा मी..!

स्वर्णात नाहलेल्या काहूर सांजवेळी
हुरहूर लावणारा, तो सूर मारवा मी

पसरून पंख थोडे, झेपावुनी नभाशी...
हितगूज सांगणारा, तो स्वैरसा थवा मी

नटवून शर्वरीचे, पाऊल तारकांनी
अन् रात जागणारा, तो धुंद चांदवा मी

माझाच रंग सारा, माझाच गंध सारा...
निळसर कधी गुलाबी, जादूभरी हवा मी..

❑❑

८१. अरसे महाल..

डोळ्यांत आसवांना जाळीत काल होता
उत्तर कधीच नव्हते, ऐसा सवाल होता

घालून हार कंठी, भाळी गुलाल होता
आक्रंद साहुनी तो, झाला हलाल होता

विकले कधी कुणाला, मजलाच ठाव नाही
स्वप्नेच दावणारा, तोही दलाल होता!

मज सांगती कहाणी, ती भग्न मूक शिल्पे
श्रीमंत तो कधीचा, अरसे महाल होता

हृदयातल्या फुलांचे आयुष्य वाळले अन्
गंधीत तो बगीचा, झाला बकाल होता!

नाजूक पापणीला ओझेच आठवांचे
नुसताच नीर वाहू डोळा हमाल होता

जिंकून हारताना जखमाच फार झाल्या...
शापित जन्म हा पण, मृत्यू खुशाल होता!!

❑❑

८२. ऐक माझ्या फुला...

ऐक माझ्या फुला, तू जरा, तू जरा
गंधल्या अंतरी, दे मला, आसरा

कोवळे रुपडे, नाजुका कोमला
गौर हा वर्ण गं, साजिरा गोजिरा

आसमानीच गं, तू परी लाजरी
सावरी बावरी... तू कुणी अप्सरा!

गोड वाणी तुझी गं मरंदापरी
तू असे मंजुळा, की असे शर्करा?

मी अबोली म्हणू, कि म्हणू सायली
तू निशीगंध की, तू असे मोगरा!!

ही निळाई तुझ्या लोचनी दाटली
धुंदली रंग हा, लाजवी सागरा

पल्लवाचे तुझ्या मेघ, गाती जणू...
छेडती दादरा त्या खुल्या अंबरा

साद तू घातली, चैत्र हुंकारला...
ऐक माझ्या फुला, ऐक ना, तू जरा!

□□

८३. स्पर्शून तारकांना..

स्पर्शून तारकांना गाई पहाट वारा
कंपीत शब्द माझे आणि तुझा इशारा!!!

गंधात न्हात जाई, लाजून चूर होता
घेई उगा समेटुन तो शुभ्रसा पिसारा

झंकारले अशी की, काया सतार झाली...
तू छेडीले जरा अन् देहावरी शहारा

आली भरात आता, भलतीच प्रेम वेला
बेबंध श्वास माझे आणि तुझा उबारा...

स्पर्शात या तुझ्या रे, वर्षाव हा हिमाचा
पेटून तप्त होई, माझ्या उरी निखारा

दर्यास या मनीच्या, भलते उधाण आले
आवेग सोसवेना, सांभाळ तोल सारा...

❏❏

८४. माझिया दर्पणा..

भेटले मी पुन्हा आज माझ्या मना
पाहिले मी तुला, माझिया दर्पणा

बोलते का कुणी आजुबाजूस या?
चालली त्या तिथे राउळी प्रार्थना..

झाकल्या पापण्या आणि तुज पाहिले
सावळा श्रीहरी! ना उरे कामना..

लाभूदे या जगी, जे हवे ते जना
ना मिळो दु:ख, ना वेदना, वासना

साद येई तुझी, अंबरा भेदुनी
आस लागे मला रे तुझ्या दर्शना

भास होती मला का तुझे रोजचे
तूच तू? मीच मी? की असे कल्पना?

दे असे बळ मला, स्वत्व हे राखण्या
वास्तवाशी घडे रोजला सामना

आजला जागले सूर जे आगळे
त्यात मी माझिया गुंफल्या भावना!

□□

८५. स्वप्न नयनी पाखराचे..

स्वप्न नयनी पाखराचे अन् मनी काहूर आहे
आंधळी ही वाट आणि गाव माझा दूर आहे..

भावनांना जोड आहे शब्द आणि लेखणीची
गीत तरिही का जुळेना.. की हरवला सूर आहे?

मेघ आले दाटूनी अन् मोर नाचू लागले पण
पावसाची धार नाही?.. श्रावणा हुरहूर आहे..

घाव घाली दैव आणि मी जरी जगते तरी,
का अताशा जीवनाचा चेहरा भेसूर आहे?

नित सुखाच्या मृगजळाशी बांधलेले स्वप्न माझे
बिंब त्याचे पाहण्याला, वेदना मंजूर आहे

अंतरी या गाज थोडी अन् निळाई सागराची
वादळाचे भय जरासे, लाट थोडी क्रूर आहे

रात्र घेते रोज हाती, चांदण्यांच्या या मशाली
का फुलेना रातराणी, लोपला का नूर आहे?

☐☐

८६. स्वप्नातल्या क्षणांची..

स्वप्नातल्या क्षणांची नुरली ददात आहे
जाई-जुई अबोली आल्या भरात आहे

आला वसंत वेडा, उधळीत दिव्य रत्ने
हा आम्र सोनियाचा, गातो सुरात आहे!

थेंबांस वेड भारी अरशात पाहण्याचे
निथळूनिया जळी तो, बघ चिंब न्हात आहे

वेलीस चांदण्या या, निखळूनिया बिलगल्या
मज अंगणी बहरली, ही चांदरात आहे

पाहूनिया नभाचा, हा सोहळा अनोखा
हुंकारला ऋतूही माझ्या मनात आहे!

मेंदीपरी सुगंधी, या कोवळ्या क्षणांना...
हृदयात रेखिले अन् जपले उरात आहे!

जडली नशा अशी की, मन नाचते बिलोरी
त्याचा न ठाव कोठे, दाही दिशांत आहे...

❏❏

मौनाची आर्जवे ☙ १०५

८७. का असे होतेय वारंवार हल्ली?

का असे होतेय वारंवार हल्ली?
दाटते आहे निराशा फार हल्ली

तू कसा घेशील माझ्या चाहुली रे
पैंजणे करतात ना झंकार हल्ली

मी जरा करतेच यादी मागण्यांची
'तू' म्हणे देतोस ना होकार हल्ली?

नीट फेकून काम कर म्हणती तयाला
देवही दिसतो आता लाचार हल्ली

दैनिकातून जागरण व्हावे कशाने
लेखणीला ना कुणाच्या धार हल्ली

सौय बघ बोलावुनीही येत नाही
दुःख ठोठावीत असते दार हल्ली

टाक ना 'प्राजू' जरा पाउल पुढे, का
वाटते घ्यावी आता माघार हल्ली??

□□

१०६ ॥ मौनाची आर्जवे

८८. का ??

मी या जगात भरल्या, दुःखास का पुसावे?
अनमोल आसवांना, ऐसेच का वहावे?

राधा न मी न मीरा, ना ती अनारकलि मी
का मीच विष घ्यावे? बेड्यांत जोखडावे?

नजरांत खोट त्यांच्या, शापीत भाव सारे
सौंदर्य मीच माझे, मग शाप का म्हणावे?

धर्मासही न चुकले जर वागणे अधर्मी
ते पाश संस्कृतीचे मग मीच का जपावे?

भाळी कधीच माझ्या, रेखा न पाहिल्या मी
मग जे घडून गेले, संचीत का म्हणावे?

सृष्टीस निर्मिताना ना 'तो' मुहूर्त पाही...
माझ्या मनात का मी, पंचांग बाळगावे?

□□

८९. मनाची अवस्थाच अवघड किती

तुला थेट माझ्याकडे येत पाहूनिया वाढली आज धडधड किती
उगा चेहरा हासरा ठेवताना मनाची अवस्थाच अवघड किती

किती वाट पाहू तुझ्या कोसळाची, मला का अशी आस तू लावली
तुला आज नव्हतेच बरसायचे तर फुका सांग केलीस गडगड किती!

पहा ऐकले मी जनाचे परंतु, मनाच्याच रंगात मी रंगले
तरी जाहली वाटते का मनाची नव्याने पुन्हा आज धुळवड किती!

असा मी-तसा मी, अशी मी तशी मी, विसंवाद संवाद व्हावा कसा
पहा रोज नमते जरी घेतले मी, तुला भांडणाचीच आवड किती!

उरावे इथे किर्तीरूपी म्हणोनी समाजास जीवन जरी अर्पिले
भले बोल समजावता लोक म्हणती पहा हीच करतेय बडबड किती

'करूयात प्रगती, नवा देश घडवू,' नवी पत्रके अन नव्या घोषणा
नसे आज थारा तुला भारतीया, तुझ्या जीवनाचीच परवड किती!

❑❑

www.ingramcontent.com/pod-product-compliance
Lightning Source LLC
LaVergne TN
LVHW090003230825
819400LV00031B/520
* 9 7 8 9 3 8 2 9 8 8 4 8 9 *